Từ điển tranh đầu tiên
Động vật

First Picture Dictionary
Animals

Lợn
Pig

Thỏ
Rabbit

Bươm bướm
Butterfly

Cáo
Fox

Minh họa bởi Anna Ivanir

www.kidkiddos.com
Copyright ©2025 by KidKiddos Books Ltd.
support@kidkiddos.com

All rights reserved. No part of this book may be reproduced in any form or by any electronic or mechanical means, including information storage and retrieval systems, without written permission from the publisher, except in the case of a reviewer, who may quote brief passages embodied in critical articles or in a review.
First edition, 2025

Library and Archives Canada Cataloguing in Publication
First Picture Dictionary - Animals (Vietnamese English Bilingual edition)
ISBN: 978-1-83416-972-9 paperback
ISBN: 978-1-83416-973-6 hardcover
ISBN: 978-1-83416-971-2 eBook

Động vật hoang dã
Wild Animals

Sư tử
Lion

Hổ
Tiger

Hươu cao cổ
Giraffe

- Hươu cao cổ là loài động vật cao nhất trên cạn.
- A giraffe is the tallest animal on land.

Voi
Elephant

Khỉ
Monkey

Động vật hoang dã
Wild Animals

Hà mã
Hippopotamus

Gấu trúc
Panda

Cáo
Fox

Tê giác
Rhino

Hươu
Deer

Nai sừng tấm
Moose

Sói
Wolf

✦ Nai sừng tấm bơi rất giỏi và có thể lặn xuống nước để ăn thực vật!
✦ A moose is a great swimmer and can dive underwater to eat plants!

Sóc
Squirrel

Gấu túi koala
Koala

✦ Sóc giấu hạt cho mùa đông, nhưng đôi khi quên mất chỗ đã cất!
✦ A squirrel hides nuts for winter, but sometimes forgets where it put them!

Khỉ đột
Gorilla

Thú cưng
Pets

Chim hoàng yến
Canary

♦ Ếch có thể thở bằng da cũng như bằng phổi!
♦ A frog can breathe through its skin as well as its lungs!

Chuột lang
Guinea Pig

Ếch Frog

Chuột hamster
Hamster

Cá vàng
Goldfish

Chó
Dog

✦ Một số loài vẹt có thể bắt chước từ ngữ và thậm chí cười như con người!

✦ *Some parrots can copy words and even laugh like a human!*

Mèo
Cat

Vẹt
Parrot

Động vật nhỏ
Small Animals

Tắc kè hoa
Chameleon

Nhện
Spider

✦ *Đà điểu là loài chim lớn nhất, nhưng nó không biết bay!*
✦ An ostrich is the biggest bird, but it cannot fly!

Ong
Bee

✦ *Ốc sên mang ngôi nhà của mình trên lưng và di chuyển rất chậm.*
✦ A snail carries its home on its back and moves very slowly.

Ốc sên
Snail

Chuột
Mouse

Động vật yên lặng
Quiet Animals

Bọ rùa
Ladybug

Rùa
Turtle

✦ Rùa có thể sống cả trên cạn và dưới nước.
✦ A turtle can live both on land and in water.

Cá
Fish

Thằn lằn
Lizard

Cú mèo
Owl

Dơi
Bat

✦*Cú mèo săn mồi vào ban đêm và sử dụng thính giác để tìm thức ăn!*
✦An owl hunts at night and uses its hearing to find food!

✦*Đom đóm phát sáng vào ban đêm để tìm những con đom đóm khác.*
✦A firefly glows at night to find other fireflies.

Gấu mèo
Raccoon

Nhện Tarantula
Tarantula

Động vật nhiều màu sắc
Colorful Animals

Chim hồng hạc có màu hồng
A flamingo is pink

Cú mèo có màu nâu
An owl is brown

Thiên nga có màu trắng
A swan is white

Bạch tuộc có màu tím
An octopus is purple

Ếch có màu xanh lá cây
A frog is green

✦ Ếch có màu xanh lá cây nên có thể ẩn mình trong những chiếc lá.

✦ A frog is green, so it can hide among the leaves.

Động vật và con non của chúng
Animals and Their Babies

Bò mẹ và bê con
Cow and Calf

Mèo mẹ và mèo con
Cat and Kitten

✦ *Gà con "nói chuyện" với gà mẹ ngay cả trước khi nở.*
✦ *A chick talks to its mother even before it hatches.*

Gà mẹ và gà con
Chicken and Chick

Chó mẹ và chó con
Dog and Puppy

Bướm và sâu bướm
Butterfly and Caterpillar

Cừu mẹ và cừu con
Sheep and Lamb

Ngựa mẹ và ngựa con
Horse and Foal

Lợn mẹ và lợn con
Pig and Piglet

Dê mẹ và dê con
Goat and Kid

www.ingramcontent.com/pod-product-compliance
Lightning Source LLC
LaVergne TN
LVHW070123080526
838200LV00086B/288